CÂU CHUYỆN VỀ CÁC CON SỐ

THE NUMBER STORY

SMALL BOOK ONE

ENGLISH - VIETNAMESE

Numbers Teach Children
Their Number Names

written and illustrated by

MISS ANNA

Early Reader Edition of *The Number Story 1*
Bronze Medal Winner, 2016 Wishing Shelf Book Award

Library of Congress Control Number: 2018902040

Names: Miss Anna, author.
Title: Number story : numbers teach children their number names / Miss Anna.
Description: Portland, OR: Lumpy Publishing, 2018.
Identifiers: ISBN 978-1-945977-31-2| LCCN 2018902040
Summary: The pictures and rhymes present stories which introduce numbers 0-10.
Subjects: LCSH Numeration—English--Vietnamese--Pictorial works--Juvenile literature. | BISAC JUVENILE NONFICTION /
Languages: English--Vietnamese
Classification: LCC QA141.3 .M57 2018 | DDC 513—dc23

Publisher: Lumpy Publishing
Website: www.missannabooks.com
Email: missanna@missannabooks.com

Paperback: ISBN 978-1-945977-31-2
Printed in the U.S.A.   1 3 5 7 9 10 8 6 4 2

Bạn muốn tìm hiểu về tên
các Con số của chúng tôi?

It is very easy and a lot of fun!

Nó rất đơn giản và cũng rất vui!

Say-along our little jingle

Hãy hát câu chuyện nhỏ cùng chúng tôi!

starting from Number One!

Hãy để chúng tôi hãy bắt đầu từ Số Một!

1

 looks like my one finger.

☆ SỐ MỘT

trông giống như

một ngón tay của tôi.

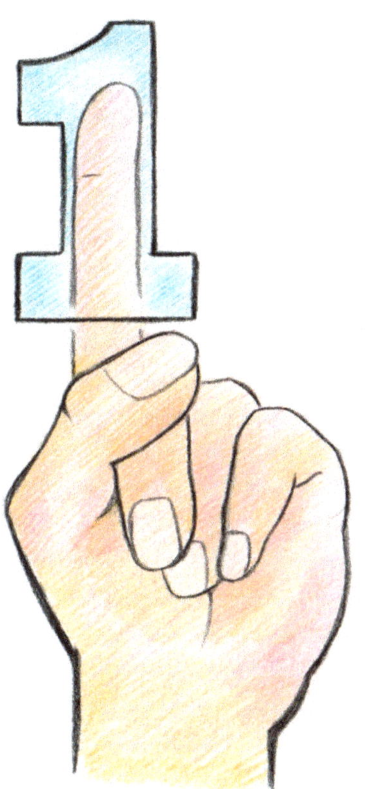
ONE!
SỐ MỘT!

2

TWO   trails a tail.

台二 ✦ SỐ HAI

kéo một cái đuôi.

A TAIL!   MỘT CÁI ĐUÔI!

THREE has bumps.

SỐ BA

có hai cái bướu.

Hãy nhìn vào những cái bướu!

4

FOUR carries a sail.

罘  SỐ BỐN 

mang theo một cánh bu ồm. 

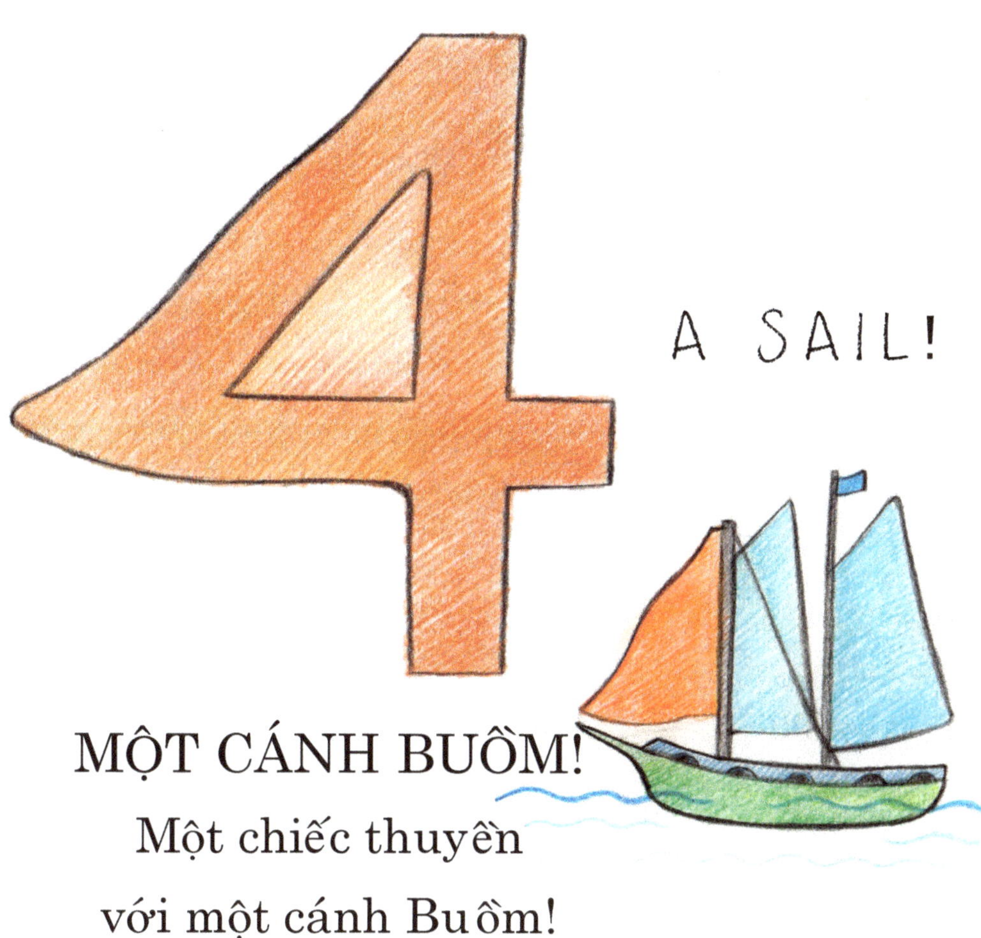

MỘT CÁNH BUỒM!
Một chiếc thuyền
với một cánh Buồm!

5
FIVE   is a racing track.
舡五 ☆ SỐ NĂM
là một đường đua.

VROOM
BRÙUM
1

SIX   curves like a snail.

老六 ☆ SỐ SÁU

đường cong như một con ốc.

A SNAIL!   MỘT CON ỐC!

Chú ốc sên!

7

SEVEN has a sharp angle.

SỐ BẢY

có một cạnh góc nhọn.

BE CAREFUL! IT'S SHARP!

Hãy cẩn thận! Nó rất nhọn!

8

EIGHT   is rollercoaster rails.

SỐ TÁM

là một đường ray

tàu lượn siêu tốc.

AHAHA!
YIPPEE!

NINE   is a bubble on a stick.

尬 ☆ SỐ CHÍN

là một quả bong bóng

trên một cây gậy.

MỘT QUẢ BONG BÓNG!

TEN is an eye of a whale.

SỐ MƯỜI

là mắt của chú cá voi.

HELLO!
XIN CHÀO!

# 0

IT'S EMPTY!
Nó rỗng!

Thank you for playing with us today.

We had a lot of fun too!

Cảm ơn vì đã chơi với chúng tôi hôm nay.

Chúng tôi cũng rất vui!

We are your Number friends,
Zero to Ten,
Who will be here for you~
Chúng ta là bạn của nhau
Không đến Mười.
Chúng tôi sẽ luôn ở đây bên bạn. ~

Bye-bye now!
See you again soon!
Tạm biệt!
Hẹn sớm được gặp lại bạn!

The Numbers are *SINGING* too!

To sing-a-long, look for Miss Anna Number Story
at your favorite music store like iTUNES.

MP3

Numbers 0-10
IDENTIFYING
& COUNTING

Numbers 11-20
& Ordinals

first, second, third...

Numbers 0-100
& Place Values

ones, tens, hundreds...

About Clocks
& Telling Time

hours, minutes, seconds...

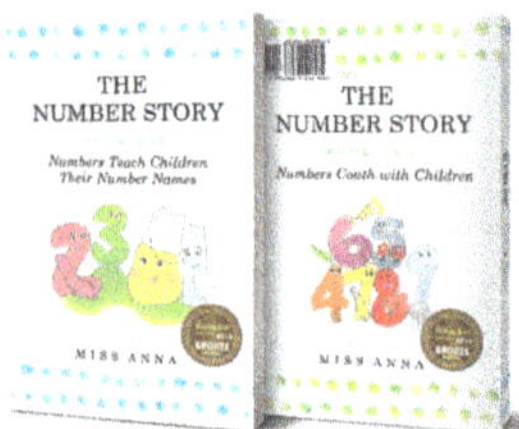

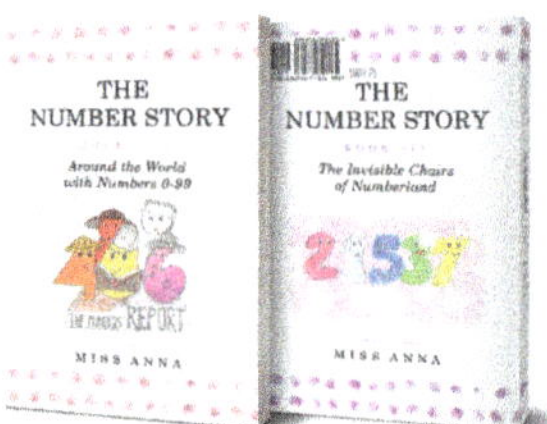

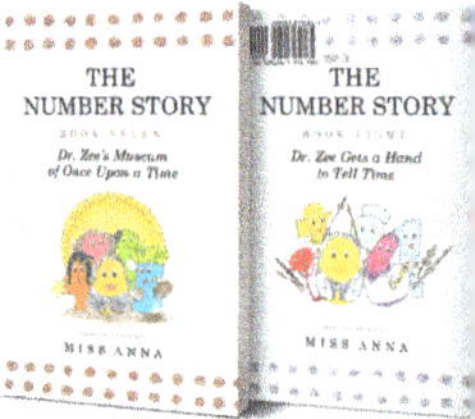

Number Story 1 & 2

isbn: 978-0-996216-48-7

Number Story 3 & 4

isbn: 978-1-945977-01-5

Number Story 5 & 6

isbn: 978-1-945977-06-0

Number Story 7 & 8

isbn: 978-1-949320-40-

For more Miss Anna books to love,
visit us at

www.missannabooks.com

Numbers are working hard all over the world!
Come Travel the World with Us!